AF189311

Impressum
Verlag: BABADADA GmbH, Nedderfeld 112 , 22529 Hamburg
Geschäftsführer / Verlagsleitung: Harald Hof
Druck: Books on Demand GmbH, In de Tarpen 42, 22848 Norderstedt

Imprint
Publisher: BABADADA GmbH, Nedderfeld 112 , 22529 Hamburg, Germany
Managing Director / Publishing direction: Harald Hof
Print: Books on Demand GmbH, In de Tarpen 42, 22848 Norderstedt, Germany

trường học
בית ספר

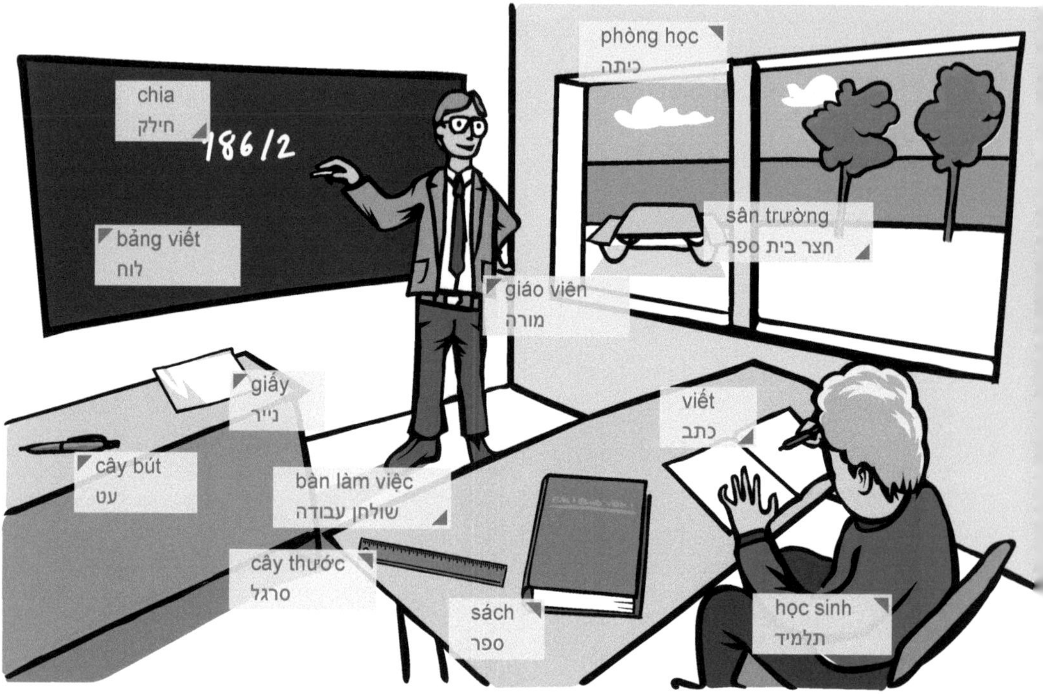

phòng học
כיתה
chia
חילק
186/2
bảng viết
לוח
sân trường
חצר בית ספר
giáo viên
מורה
giấy
נייר
viết
כתב
cây bút
עט
bàn làm việc
שולחן עבודה
cây thước
סרגל
sách
ספר
học sinh
תלמיד

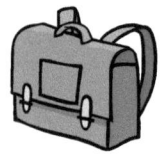

cặp đeo vai học sinh
ילקוט

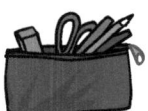

hộp đựng bút
קלמר

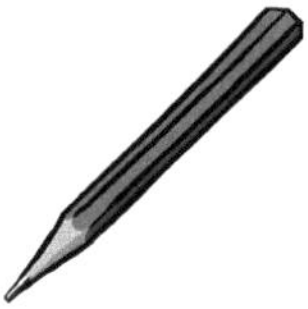

bút chì
עיפרון

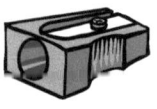

cái gọt bút chì
מחדד

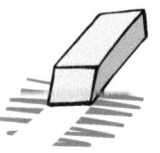

cục tẩy
גומי מחיקה

tập giấy vẽ
חוברת סרטוט

bản vẽ

סרטוט

cọ vẽ

מברשת

hộp mực vẽ

קופסת צבעים

cây kéo

מספריים

keo dán

דבק

sách bài tập

ספר תרגול

bài tập ở nhà

שיעור בית

số

מספר

cộng

חיבר

trừ

חיסר

nhân

הכפיל

tính toán

חישב

chữ cái

אות

bảng chữ cái

אלפבית

từ

מילה

văn bản

טקסט

đọc

קרא

phấn viết

גיר

bài học

שיעור

sổ lớp

יומן נוכחות

thi kiểm tra

מבחן

chứng chỉ

תעודה

đồng phục học sinh

תלבושת בית ספר

giáo dục

חינוך

từ điển bách khoa

אנציקלופדיה

đại học

אוניברסיטה

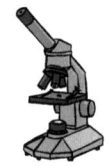

kính hiển vi

מיקרוסקופ

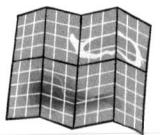

bản đồ

מפה

thùng rác giấy

סל נייר

du lịch

נסיעה

khách sạn
מלון
Grand
nhà trọ
הוסטל
ROOMS
quầy đổi tiền
המרת מטבע
va li
מזוודה
xe ô tô
אוטו

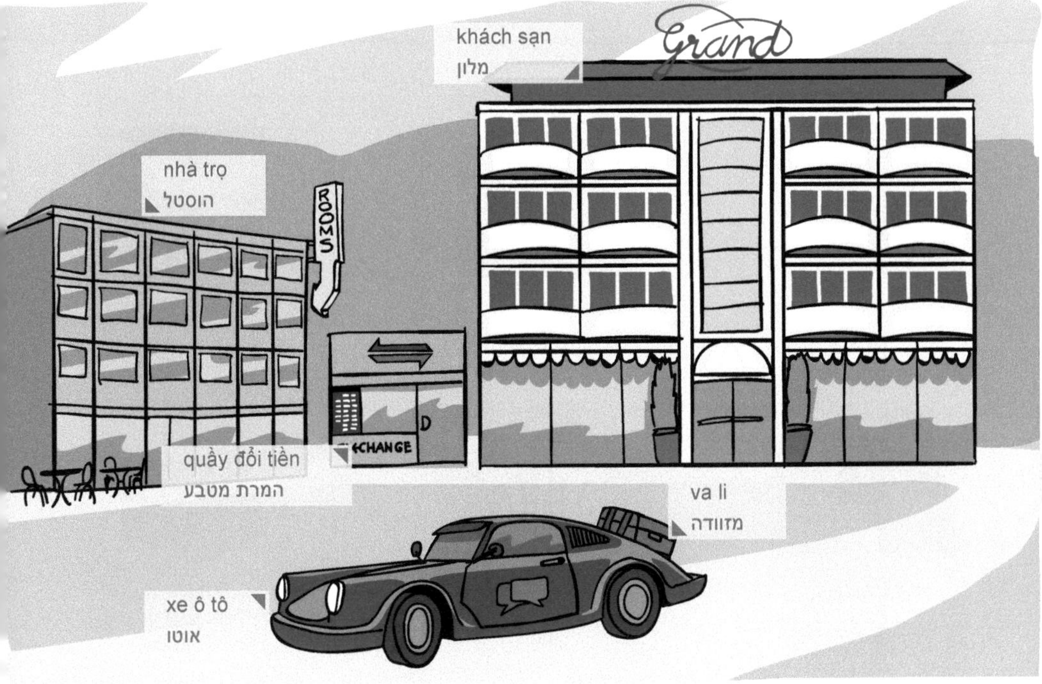

ngôn ngữ

שפה

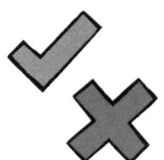

có / không

כן / לא

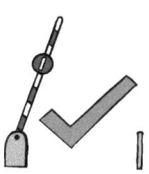

ô kê

בסדר

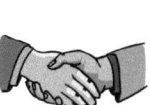

Xin chào

שלום

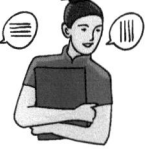

thông dịch viên

מתרגם

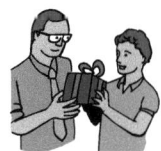

cám ơn

תודה

... bao nhiêu tiều?

כמה עולה.....?

tôi không hiểu

אני לא מבין

vấn đề

בעיה

Xin chào! (buổi tối)

ערב טוב!

xin chào! (buổi sáng)

בוקר טוב!

chúc ngủ ngon!

לילה טוב!

tạm biệt

להתראות

hướng đi

כיוון

hành lý

כבודה

túi xách

תיק

túi ba lô

גב תרמיל

khách

אורח

phòng

חדר

túi ngủ

שק שינה

lều

אוהל

thông tin du lịch

מרכז מידע לתיירים

bãi biển

חוף ים

thẻ tín dụng

כרטיס אשראי

ăn sáng

ארוחת בוקר

ăn trưa

ארוחת צהריים

ăn tối

ארוחת ערב

vé xe

כרטיס

thang máy

מעלית

tem bưu điện

בול

biên giới

גבול

hải quan

מכס

đại sứ quán

שגרירות

thị thực

אשרה

hộ chiếu

דרכון

vận chuyển

תחבורה

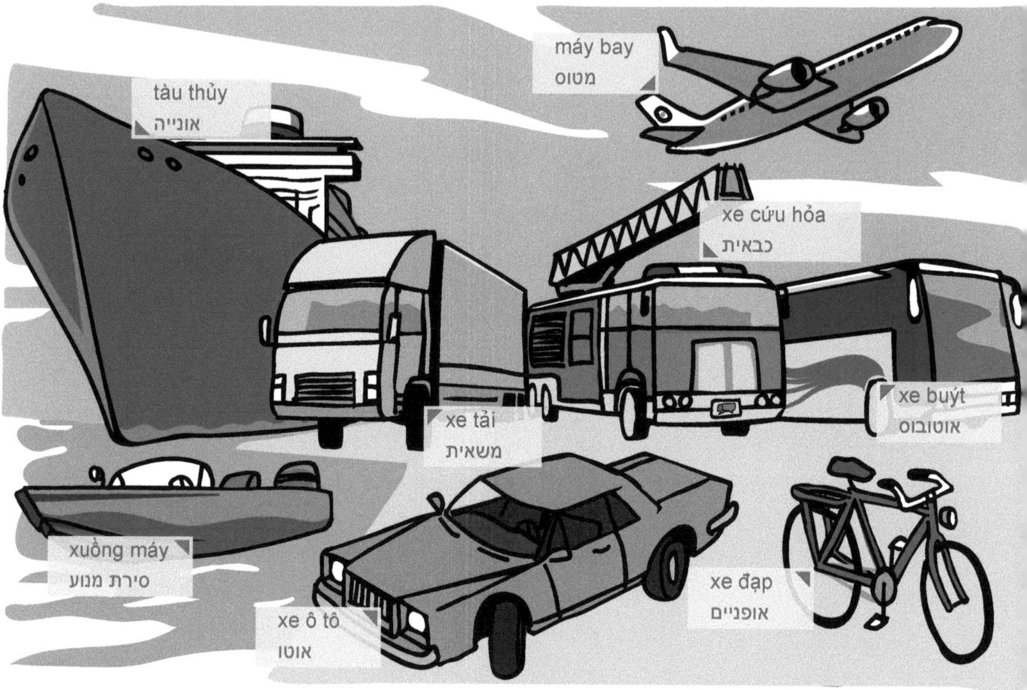

máy bay
מטוס
tàu thủy
אונייה
xe cứu hỏa
כבאית
xe buýt
אוטובוס
xe tải
משאית
xuồng máy
סירת מנוע
xe đạp
אופניים
xe ô tô
אוטו

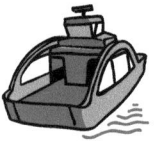

phà

מעבורת

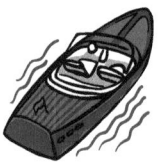

xuồng

סירה

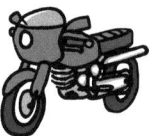

xe máy

אופנוע

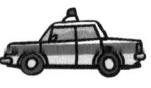

xe cảnh sát

ניידת משטרה

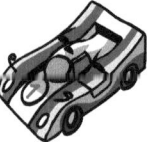

xe đua

מכונית מרוץ

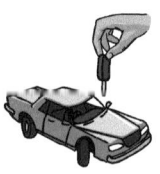

xe cho thuê

רכב שכור

dịch vụ thuê xe tự lái

מכוניות בשיתוף

xe kéo cứu hộ

אוטו גרר

xe rác

משאית זבל

động cơ

מנוע

xăng

דלק

trạm xăng

תחנת דלק

biển báo giao thông

תמרור

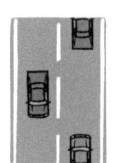

giao thông

תנועה

ách tắc giao thông

פקק תנועה

bãi đậu xe

חניה

nhà ga

תחנת רכבת

đường ray

פסי רכבת

xe lửa

רכבת

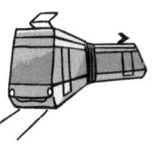

tàu điện

רכבת קלה

toa xe

קרון

máy bay trực thăng

מסוק

sân bay

שדה-תעופה

tháp

מגדל

hành khách

נוסע

côngtenơ

קונטיינר

thùng các-tông

קרטון

xe đẩy

עגלה

cái giỏ

סל

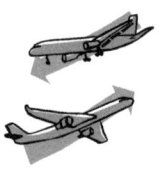

cất cánh / hạ cánh

המראה / נחיתה

thành phố

עיר

làng

כפר

trung tâm thành phố

מרכז העיר

nhà

בית

rạp chiếu phim
קולנוע

quảng cáo
פרסומת

đèn đường
מנורת רחוב

đường phố
רחוב

taxi
מונית

người đi bộ
הולך רגל

quán ăn nhẹ
קיוסק

CINEMA

vỉa hè
רציף

ngã tư giao th... phần đường có vạch cho người đi bộ
צומת מעבר חצייה

thùng rác lớn
פח אשפה

đèn hiệu giao thông
רמזור

nhà chòi

בקתה

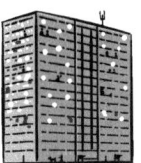

căn hộ

דירה

nhà ga

תחנת רכבת

tòa thị chính

עירייה

viện bảo tàng

מוזיאון

trường học

בית ספר

đại học

אוניברסיטה

ngân hàng

בנק

bệnh viện

בית חולים

khách sạn

מלון

hiệu thuốc

בית מרקחת

văn phòng

משרד

hiệu sách

חנות ספרים

cửa hiệu

חנות

cửa hiệu bán hoa

חנות פרחים

siêu thị

סופרמרקט

chợ

שוק

cửa hàng bách hóa

כל-בו

người bán cá

מוכר דגים

trung tâm mua bán

קניון

bến cảng

נמל

công viên

פארק

ghế băng

ספסל

cầu

גשר

cầu thang

מדרגות

tàu điện ngầm

רכבת תחתית

đường hầm

מנהרה

trạm xe buýt

תחנת אוטובוס

quán bar

בר

khách sạn

מסעדה

hòm thư công cộng

תא דואר

bảng hiệu đường

שלט רחוב

đồng hồ đậu xe

מדחן

vườn bách thú

גן חיות

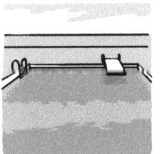

bể bơi

בריכת שחיה

nhà thờ Hồi giáo

מסגד

nông trại

חווה

ô nhiễm môi trường

זיהום

nghĩa trang

בית עלמין

nhà thờ

כנסייה

sân chơi

מגרש משחקים

ngôi đền

בית מקדש

phong cảnh

נוף

lá cây
עלה

bảng chỉ đường
תמרור

lối đi
דרך

bãi cỏ
מרעה

hòn đá
אבן

người đi bộ đường dài
מטייל

cây
עץ

sông
נהר

cỏ
דשא

bông hoa
פרח

thung lũng

בקעה

đồi

הר

hồ nước

אגם

rừng

יער

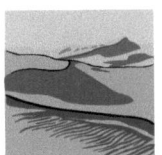

sa mạc

מדבר

núi lửa

הר געש

lâu đài

טירה

cầu vồng

קשת בענן

nấm

פטריה

cây cọ

דקל

con muỗi

יתוש

con ruồi

זבוב

con kiến

נמלה

con ong

דבורה

con nhện

עכביש

bọ cánh cứng

חיפושית

con ếch

צפרדע

con sóc

סנאי

con nhím

קיפוד

con thỏ

ארנב

con cú

ינשוף

con chim

ציפור

thiên nga

ברבור

heo rừng

חזיר בר

con hươu

צבי

nai sừng tấm

אייל הקורא

đê

סכר

tuabin gió

טורבינת רוח

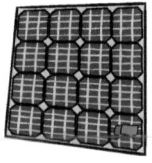

tấm năng lượng mặt trời

פנל סולארי

khí hậu

אקלים

bồi bàn
מלצר

thực đơn
תפריט

ghế
כסא

súp
מרק

bánh pizza
פיצה

bộ dao nĩa ăn
סכו"ם

khăn trải bàn
מפת שולחן

món ăn khai vị

מנת פתיחה

món ăn chính

מנה עיקרית

món tráng miệng

קינוח

thức uống

שתיות

thức ăn

אוכל

cái chai

בקבוק

thức ăn nhanh

מזון מהיר

thức ăn đường phố

אוכל רחוב

ấm trà

קנקן תה

hộp đường

מסכרת

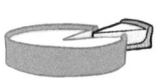

khẩu phần

מנה

máy pha espresso

מכונת אספרסו

ghế cao

כסא תינוק

hóa đơn

חשבון

khay

מגש

dao

סכין

nĩa

מזלג

thìa

כף

thìa uống trà

כפית

khăn ăn

מפית

cốc thủy tinh

כוס

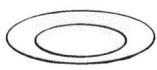

đĩa

צלחת

đĩa súp

קערת מרק

đĩa lót cốc

תחתית

nước sốt

רוטב

lọ muối

מלחייה

cái xay tiêu

מטחנת פלפל

giấm

חומץ

dầu

שמן

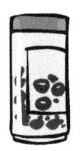

gia vị

תבלינים

nước xốt cà chua

קטשופ

tương hạt cải

חרדל

nước sốt mayonnaise

מיונז

siêu thị

סופרמרקט

chào giá đặc biệt
מבצע
FOR
khách hàng
לקוח
sản phẩm từ sữa
מוצרי חלב
trái cây
פירות
xe đẩy mua sắm
עגלת קניות

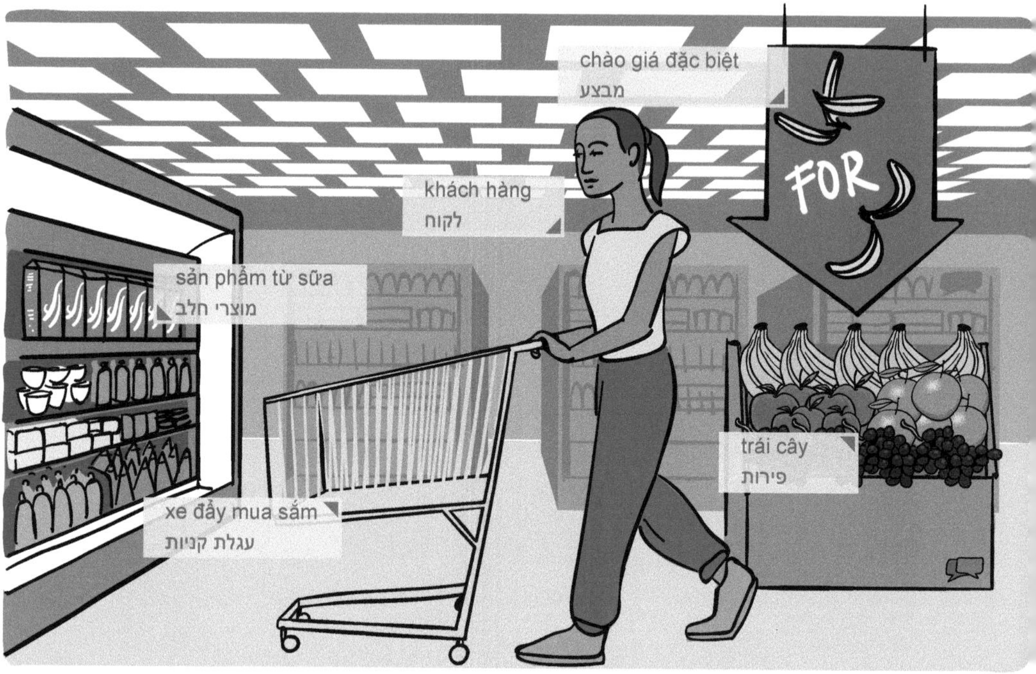

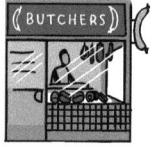

BUTCHERS

lò mổ

אטליז

BAKERY

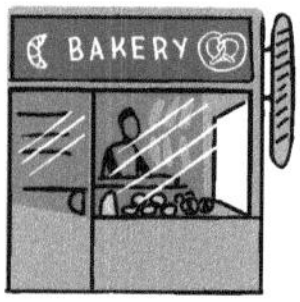

cửa hiệu bán bánh mì

מאפייה

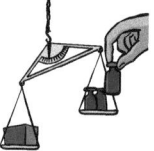

cân nặng

שקל

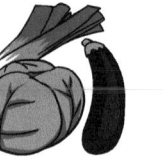

rau quả

ירקות

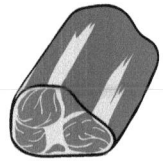

thịt

בשר

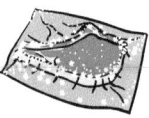

thức ăn đông lạnh

מזון קפוא

lát thịt nguội

בשר קר

đồ hộp

שימורים

bột giặt

אבקת כביסה

đồ ngọt

ממתקים

sản phẩm dùng trong gia đình

מוצרי בית

chất tẩy rửa

חומר ניקוי

người bán hàng

מוכרת

quầy trả tiền

קופה

nhân viên thu ngân

קופאי

danh sách mua sắm

רשימת קניות

giờ mở cửa

שעות פתיחה

ví tiền

ארנק

thẻ tín dụng

כרטיס אשראי

túi đeo

תיק

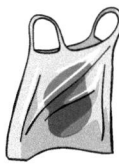

túi ny lông

שקית ניילון

nước

מים

nước quả ép

מיץ

sữa

חלב

coca-cola

קולה

rượu vang

יין

bia

בירה

cồn

אלכוהול

cacao

קקאו

trà

תה

cà phê

קפה

espresso

אספרסו

cappuccino

קפוצ'ינו

chuối

בננה

quả táo

תפוח

quả cam

תפוז

dưa hấu

אבטיח

chanh

לימון

cà rốt

גזר

tỏi

שום

tre

במבוק

củ hành

בצל

nấm

פטריות

hạt dẻ

אגוזים

mì

אטריות

mì spaghetti

ספגטי

cơm

אורז

xà lách

סלט

khoai tây chiên

צ'יפס

khoai tây chiên

צ'יפס

bánh pizza

פיצה

bánh hamburger

המבורגר

bánh mì sandwich

כריך

thịt côtlet

שניצל

thịt giăm bông

שינקין

xúc xích

סלאמי

dồi

נקניקיה

gà

עוף

rán

טיגון

cá

דג

cháo yến mạch

שיבולת שועל

cháo muesli

מוזלי

bánh bột ngô nướng

קורנפלקס

bột mì

קמח

bánh sừng bò

קרואסון

bánh mì

לחמנייה

bánh mì

לחם

bánh mì nướng

טוסט

bánh bích quy

עוגיות

bơ

חמאה

sữa đông

גבינה לבנה

bánh ngọt

עוגה

trứng

ביצה

trứng rán

ביצת עין

pho mát

גבינה

kem

גלידה

đường

סוכר

mật ong

דבש

mứt

ריבה

kem nougat

ממרח נוגט

cà ri

קארי

nông trại
חווה

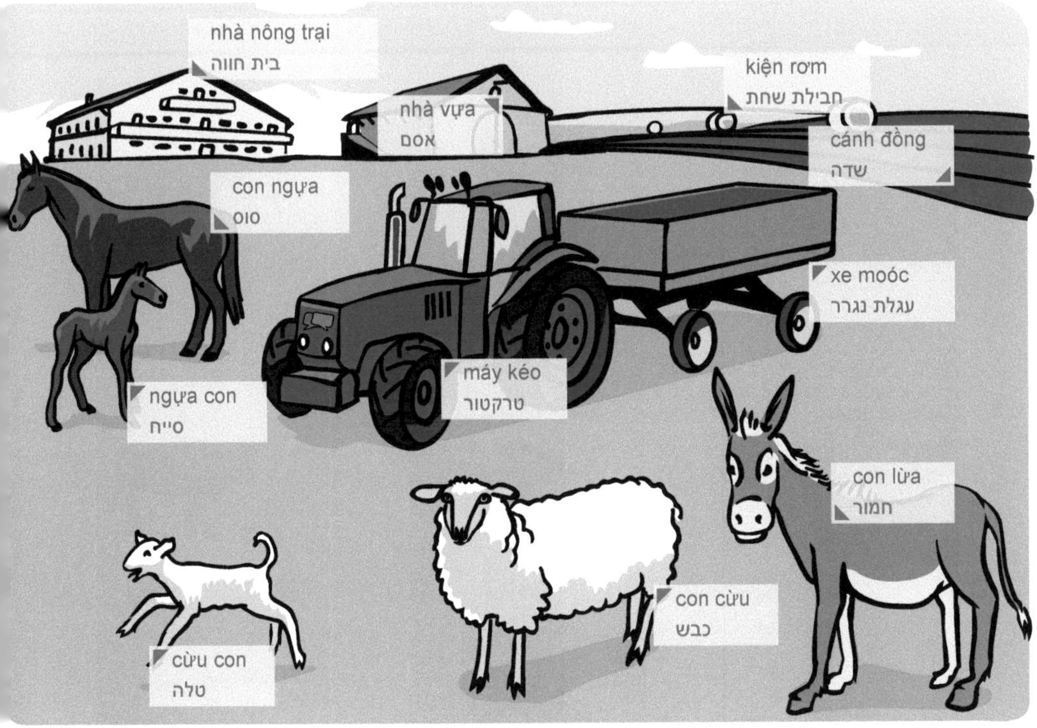
nhà nông trại
בית חווה
nhà vựa
אסם
kiện rơm
חבילת שחת
cánh đồng
שדה
con ngựa
סוס
xe moóc
עגלת נגרר
máy kéo
טרקטור
ngựa con
סייח
con lừa
חמור
con cừu
כבש
cừu con
טלה

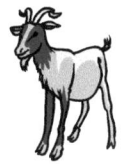

con dê
עז

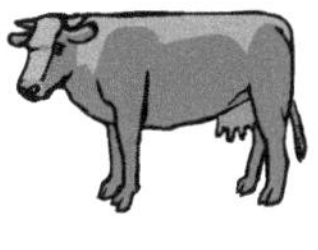
con bò
פרה

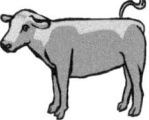

con bê
עגל

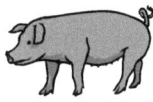

con lợn
חזיר

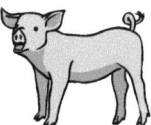

lợn con
חזרזיר

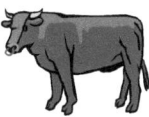

bò đực
שור

con ngỗng

אווז

con vịt

ברווז

gà con

אפרוח

gà mái

תרנגולת

gà trống

תרנגול

con chuột

חולדה

mèo

חתול

chuột nhắt

עכבר

bò đực

שור

con chó

כלב

nhà chuồng chó

מלונה

ống tưới vườn cây

צינור השקיה

thùng tưới cây

קנקן מים

lưỡi hái

חרמש

cái cày

מחרשה

cái liềm

מגל

cái cuốc

מגרפה

cái chĩa

קלשון

cái rìu

גרזן

xe cút kít

מריצה

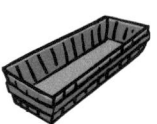

máng ăn

שוקת

lọ sữa

כד חלב

bao tải

שק

hàng rào

גדר

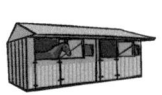

chuồng

אורווה

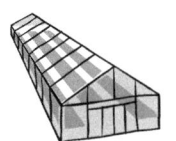

nhà kính trồng cây

חממה

đất trồng

אדמה

hạt giống

זרע

phân bón

דשן

máy gặt đập liên hợp

מקצרה

thu hoạch

קציר

mùa thu hoạch

קציר

khoai lang

בטטה אפריקנית

lúa mì

חיטה

đậu nành

סויה

khoai tây

תפוח אדמה

ngô

תירס

hạt cải dầu

קנולה

cây ăn trái

עץ פירות

sắn

קסבה

ngũ cốc

דגנים

nhà
בית

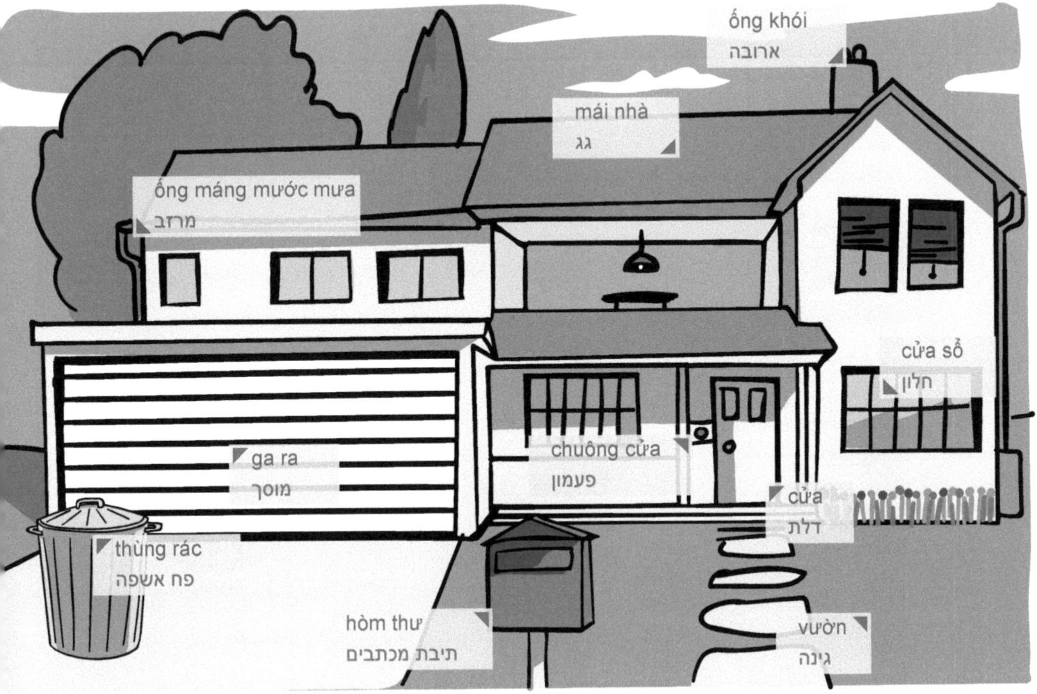

ống khói
ארובה
mái nhà
גג
ống máng mước mưa
מרזב
cửa sổ
חלון
chuông cửa
פעמון
ga ra
מוסך
cửa
דלת
thùng rác
פח אשפה
hòm thư
תיבת מכתבים
vườn
גינה

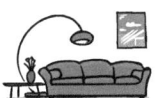

phòng khách
....
סלון

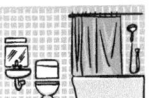

phòng tắm
....
חדר אמבטיה

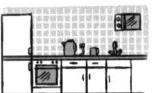

bếp
....
מטבח

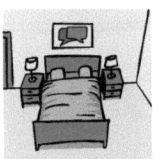

phòng ngủ
....
חדר שינה

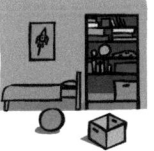

phòng trẻ em
....
חדר ילדים

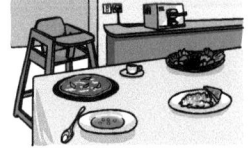

phòng ăn
....
חדר אוכל

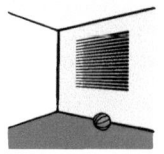

nền nhà

רצפה

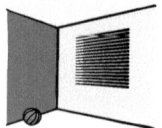

tường

קיר

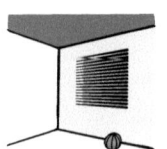

trần nhà

תקרה

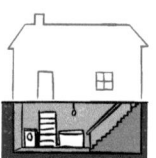

tầng hầm

מרתף

tắm hơi

סאונה

ban công

מרפסת

sân hiên

מרפסת

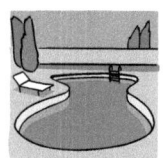

bể bơi

בריכה

máy cắt cỏ

מכסחת דשא

khăn trải giường

סדין

khăn trải giường

כיסוי מיטה

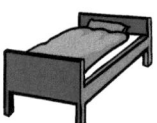

giường

מיטה

chổi

מטאטא

cái xô

דלי

công tắc điện

מפסק

phòng khách
סלון

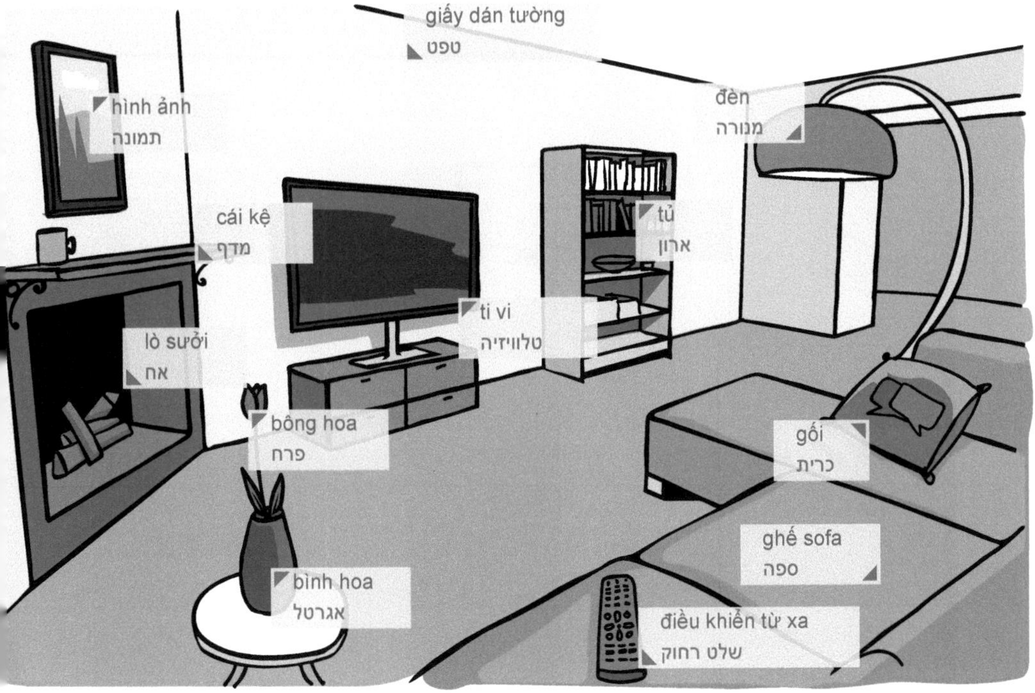
giấy dán tường
טפט
hình ảnh
תמונה
đèn
מנורה
cái kệ
מדף
tủ
ארון
ti vi
טלוויזיה
lò sưởi
אח
bông hoa
פרח
gối
כרית
ghế sofa
ספה
bình hoa
אגרטל
điều khiển từ xa
שלט רחוק

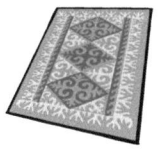

thảm

שטיח

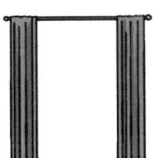

rèm

וילון

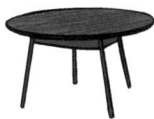

cái bàn

שולחן

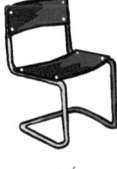

ghế

כסא

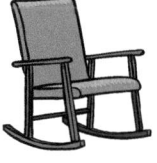

ghế bập bênh

כיסא נדנדה

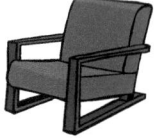

ghế bành

כורסה

sách

ספר

cái chăn

שמיכה

đồ trang trí

דקורציה

củi

עצי הסקה

phim

סרט

máy hi-fi

מערכת סטריאו

chìa khóa

מפתח

báo

עיתון

bức tranh

ציור

áp phích

פוסטר

radio

רדיו

sổ ghi chép

מחברת

máy hút bụi

שואב אבק

cây xương rồng

קקטוס

cây nến

נר

bếp
מטבח

tủ lạnh
מקרר
lò viba
מיקרוגל
cái cân trong bếp
מאזני מטבח
máy nướng bánh
טוסטר
chất tẩy rửa
חומר ניקוי
lò nướng
תנור
ngăn tủ đông lạnh
מקפיא
thùng rác
פח אשפה
máy rửa bát
מדיח כלים

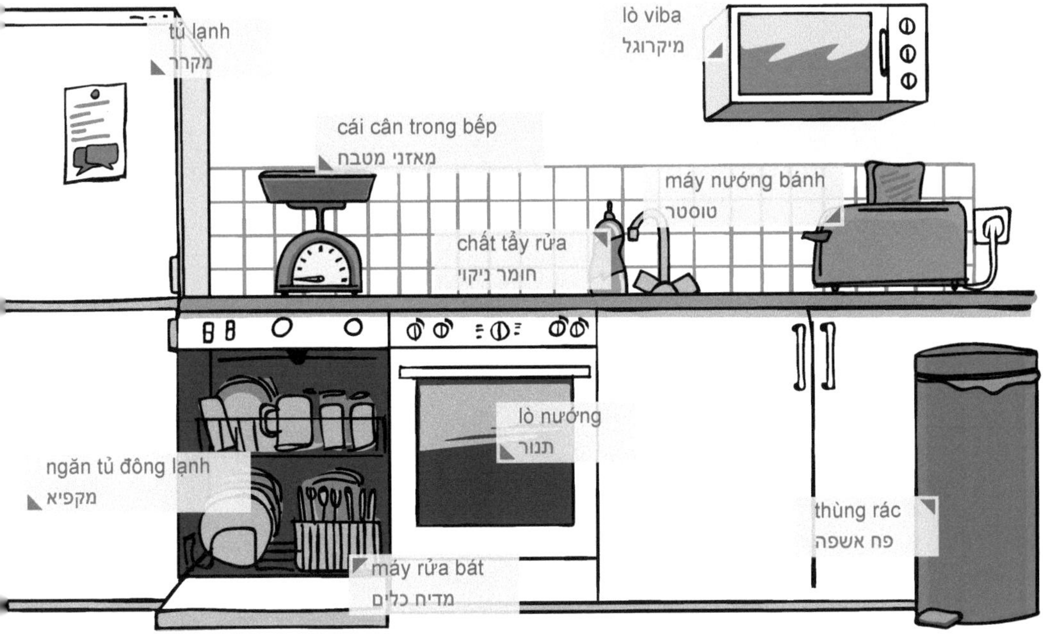

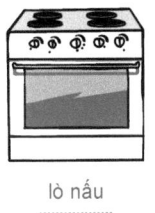

lò nấu

תנור

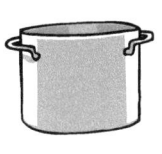

nồi

סיר

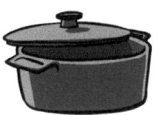

nồi sắt

סיר ברזל

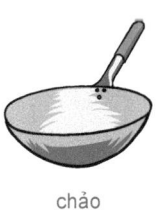

chảo

ווק

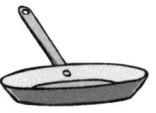

chảo

מחבת

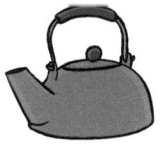

ấm đun nước

קומקום חשמלי

nồi đun hơi

מאדה

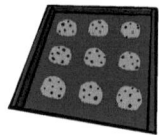

khay lò nướng

מגש אפייה

bát đĩa

כלי אוכל

cốc

ספל

cái bát

קערה

đũa

צ'ופסטיקס

cái vá

מצקת

bàn xẻng

מרית

que đánh kem

מטרפה

rây dùng trong bếp

מסננת בישול

cái rây lọc

מסננת

cái nạo

מגרדת

vữa

מכתש

vỉ nướng

גריל

ngọn lửa trần

מדורה

cái thớt

קרש חיתוך

trục cán bột

מערוך

cái mở nút chai

פותחן פקקים

vỏ đồ hộp

פחית

cái mở vỏ đồ hộp

פותחן קופסאות

miếng nhấc nồi

מטלית

bồn rửa bát

כיור

bàn chải

מברשת

miếng xốp

ספוג

máy xay

בלנדר

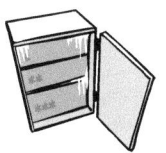

tủ đông lạnh

מקפיא

bình sữa cho trẻ sơ sinh

בקבוק לתינוק

vòi nước

ברז

phòng tắm

חדר אמבטיה

lò sưởi
חימום
khăn lau
מגבת
vòi hoa sen
מקלחת
rèm che ngăn tắm
וילון מקלחת
tắm bọt
אמבטיית קצף
bồn tắm
אמבטיה
cốc thủy tinh
כוס
máy giặt
מכונת כביסה
vòi nước
ברז
gạch lát
אריחים
cái bô
סיר לילה
bồn rửa bát
כיור

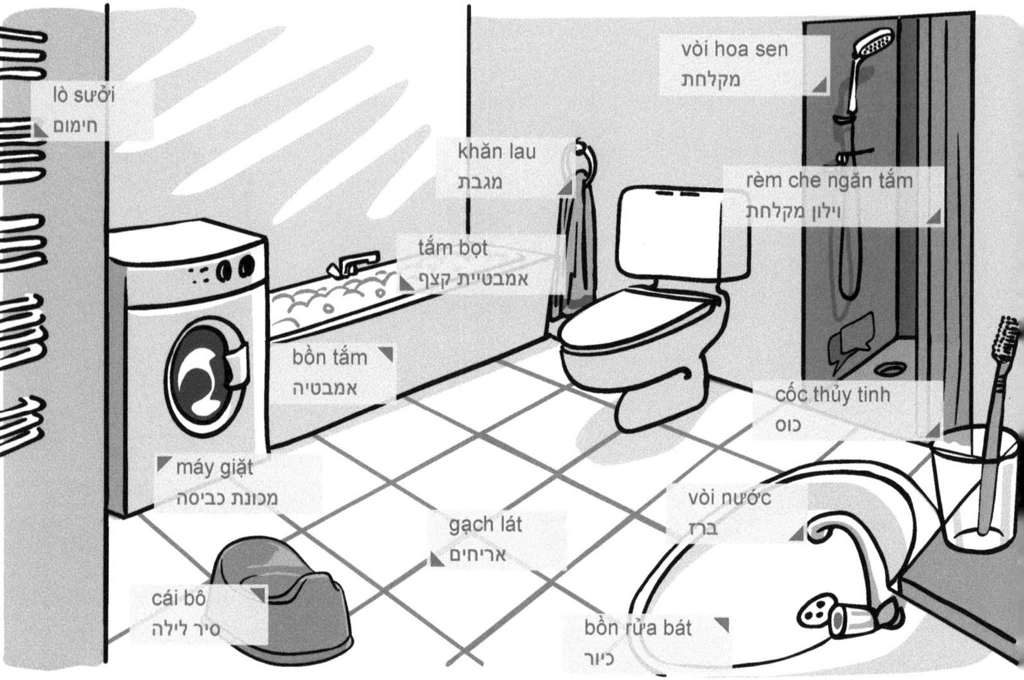

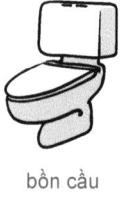

bồn cầu

אסלה

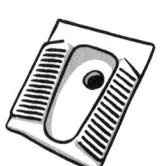

bồn cầu ngồi xổm

אסלת כריעה

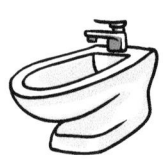

bồn rửa hậu môn

בידה

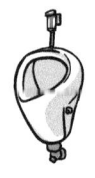

bồn tiểu tiện

משתנה

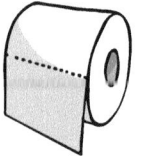

giấy vệ sinh

נייר טואלט

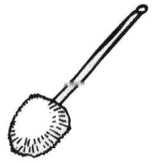

bàn chải cọ bồn cầu

מברשת אסלה

bàn chải đánh răng

מברשת שיניים

kem đánh răng

משחת שיניים

chỉ nha khoa

חוט דנטלי

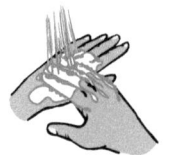

rửa

שטף

vòi sen cầm tay

מקלחת יד

vòi rửa hậu môn

צינור שטיפה לשירותים

bồn rửa

קערת רחצה

bàn chải cọ lưng

מברשת גב

xà phòng

סבון

sữa tắm

ג'ל רחצה

dầu gội

שמפו

khăn cọ để tắm

ליפה

lỗ thoát nước

ניקוז

kem

קרם

chất khử mùi

דיאודורנט

gương

מראה

gương tay

מראת יד

dao cạo râu

סכין גילוח

kem cạo râu

קצף גילוח

nước thơm dùng sau khi
cạo râu

אפטרשייב

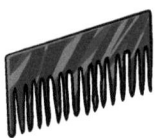

cái lược

מסרק

bàn chải

מברשת

máy xấy tóc

מייבש שיעור

keo xịt tóc

ספריי לשיער

đồ trang điểm

איפור

thỏi son môi

שפתון

sơn bôi móng

לק

bông

צמר גפן

kéo cắt móng

מספריים לציפורניים

nước hoa

בושם

túi đựng đồ tắm

תיק כלי רחצה

ghế đẩu

שרפרף

cái cân

משקל

áo choàng tắm

חלוק רחצה

găng tay làm vệ sinh

כפפות גומי

nút gạc

טמפון

băng vệ sinh

תחבושת סניטרית

nhà vệ sinh hóa chất

שירותים כימיקליים

phòng trẻ em

חדר ילדים

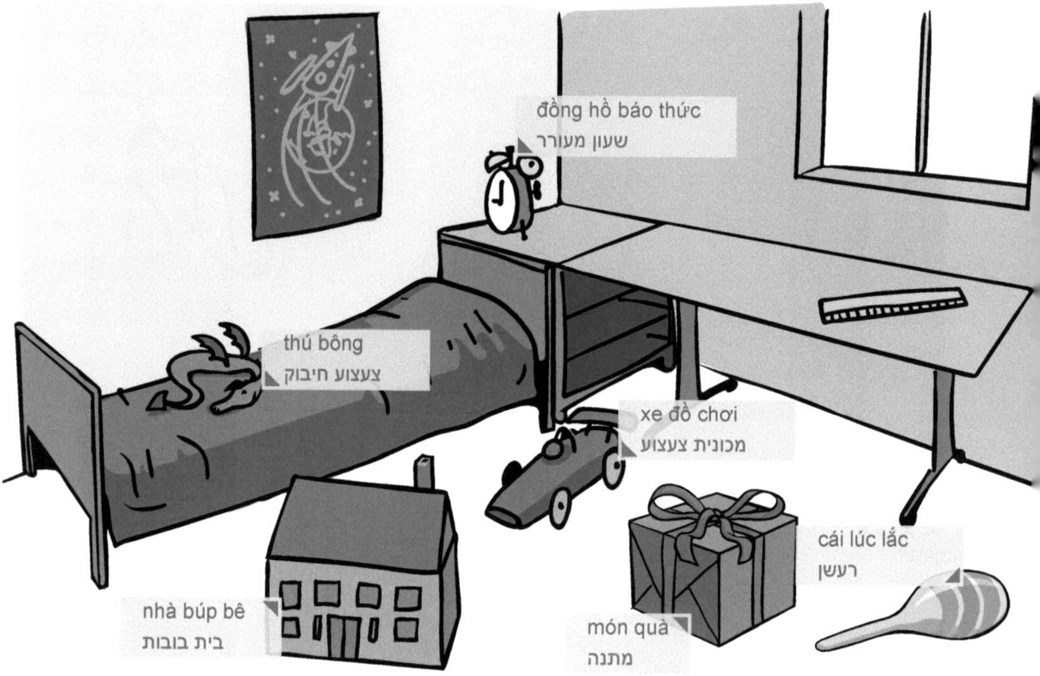

đồng hồ báo thức
שעון מעורר
thú bông
צעצוע חיבוק
xe đồ chơi
מכונית צעצוע
cái lúc lắc
רעשן
nhà búp bê
בית בובות
món quà
מתנה

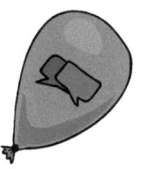

bong bóng

בלון

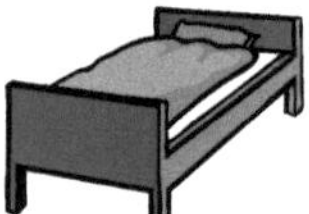

giường

מיטה

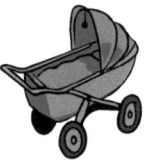

xe nôi

עגלה

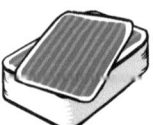

trò chơi bài

משחק קלפים

trò chơi ghép hình

פאזל

SUPER MEGA

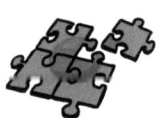

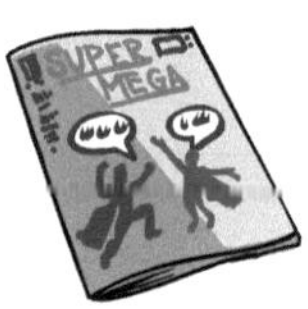

truyện tranh

קומיקס

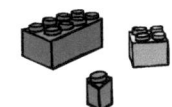

gạch Lego

לגו

khối xếp hình

קוביות משחק

nhân vật hành động

דמות משחק

áo liền quần cho trẻ sơ sinh

סרבל תינוקות

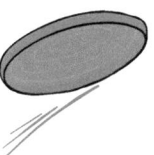

đĩa nhựa để ném

פריזבי

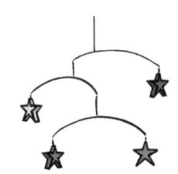

đồ chơi treo trên giường

נייד

trò chơi cờ bàn

משחק לוח

xúc xắc

קוביה

đồ chơi xe lửa mô hình

רכבת צעצוע

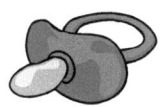

ti giả

מוצץ

buổi tiệc

מסיבה

sách tranh

אלבום תמונות

quả bóng

כדור

búp bê

בובה

chơi

שיחק

hố cát

ארגז חול

cái đu

נדנדה

đồ chơi

צעצועים

máy chơi game cầm tay

קונסולת משחקים

xe ba bánh

אופניים תלת גלגלי

gấu bông

דובון

tủ quần áo

ארון בגדים

y phục

בגדים

bít tất

גרביים

bít tất dài

גרביונים

quần tất

גרביון

khăn choàng cổ
צעיף

ô che mưa
מטריה

áp phông
חולצת טי

dây thắt lưng
חגורה

ủng
מגפיים

dép đi trong nhà
נעלי בית

giày sneaker
נעלי ספורט

dép xăng đan
סנדלים

giày
נעליים

ủng cao su
מגפי גומי

quần lót
תחתונים

áo ngực
חזייה

áo vest
וסט

áo ôm sát cơ thể

גוף

quần dài

מכנסיים

quần bò

ג'ינס

váy

חצאית

áo cánh

חולצה מכופתרת

áo sơ mi

חולצה

áo len chui đầu

אפודה

áo len

סוודר עם קפוצ'ון

áo blazer

בלייזר

áo jacket

ז'קט

áo khoác

מעיל

áo mưa

מעיל גשם

trang phục

תלבושת

áo váy

שמלה

áo cưới

שמלת כלה

bộ com lê

חליפה

áo ngủ

כותונת לילה

pijama

פיג'מה

trang phục sari

סארי

khăn trùm đầu

מטפחת ראש

khăn đội đầu

טורבן

áo burka

בורקה

áo captan

קאפטן

áo aba

עבאיה

quần áo bơi

בגד ים

quần bơi

בגד ים

quần đùi

מכנסיים קצרים

quần áo tracksuit

בגד אימון

tạp dề

סינר

găng tay

כפפות

cái cúc

כפתור

kính mắt

משקפיים

vòng đeo tay

צמיד יד

vòng cổ

שרשרת

nhẫn

טבעת

hoa tai

עגיל

mũ lưỡi trai

כובע

cái mắc treo áo quần

קולב

mũ

כובע

cà vạt

עניבה

dây kéo phéc mơ tuya

רוכסן

mũ bảo hiểm

קסדה

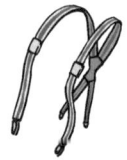

dây đeo quần

כתפיות

đồng phục học sinh

תלבושת בית ספר

đồng phục

מדים

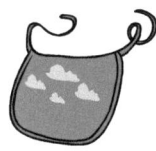

yếm trẻ em

מפית אוכל

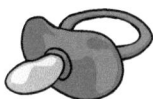

ti giả

מוצץ

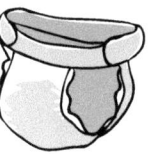

tã lót

חיתול

văn phòng

משרד

máy chủ
שרת
tủ hồ sơ
תיקייה
máy in
מדפסת
giấy
נייר
màn hình
מסך
chuột máy tính
עכבר
bàn làm việc
שולחן עבודה
thư mục
תיק
bàn phím
מקלדת
thùng rác giấy
סל נייר
máy tính
מחשב
ghế
כסא

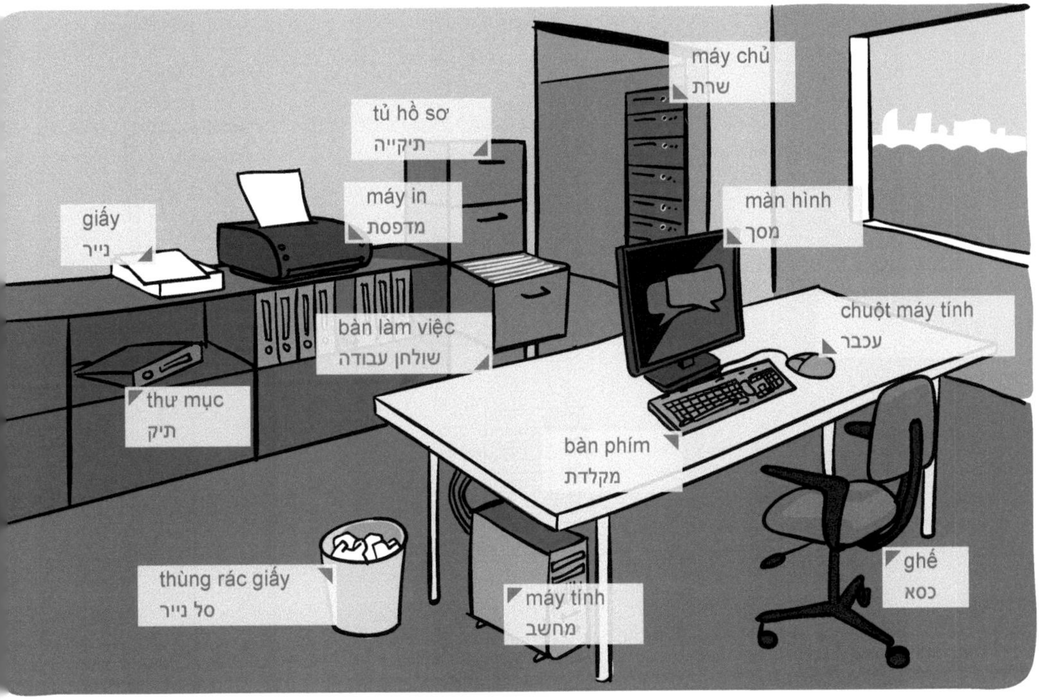

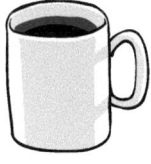

cốc cà phê

ספל קפה

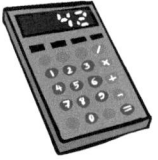

máy tính bỏ túi

מחשבון

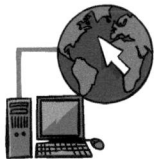

internet

אינטרנט

laptop

מחשב נייד

thư

מכתב

tin nhắn

הודעה

điện thoại di động

נייד

mạng

רשת

máy photocopy

מכונת צילום

phần mềm

תוכנה

điện thoại

טלפון

ổ cắm điện

שקע

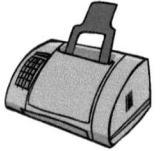

máy fax

פקס

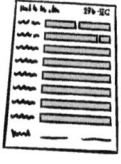

mẫu đơn

טופס

chứng từ

מסמך

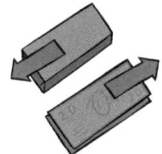

mua

קנה

trả tiền

שילם

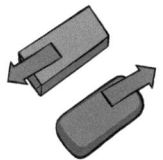

buôn bán

סחר

tiền

כסף

đô la

דולר

Euro

יורו

yên

ין

rúp

רובל

franc Thụy Sĩ

פרנק שווייצרי

nhân dân tệ

יואן רנמינבי

rupi

רופי

máy rút tiền tự động

כספומט

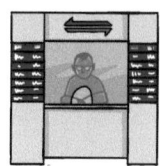

quầy đổi tiền

המרת מטבע

vàng

זהב

bạc

כסף

dầu

נפט

năng lượng

אנרגיה

giá tiền

מחיר

hợp đồng

חוזה

thuế

מס

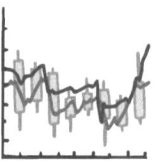

cổ phiếu

מנייה

làm việc

עבד

nhân viên

עובד

chủ lao động

מעסיק

nhà máy

מפעל

cửa hiệu

חנות

nghề nghiệp

מקצועות

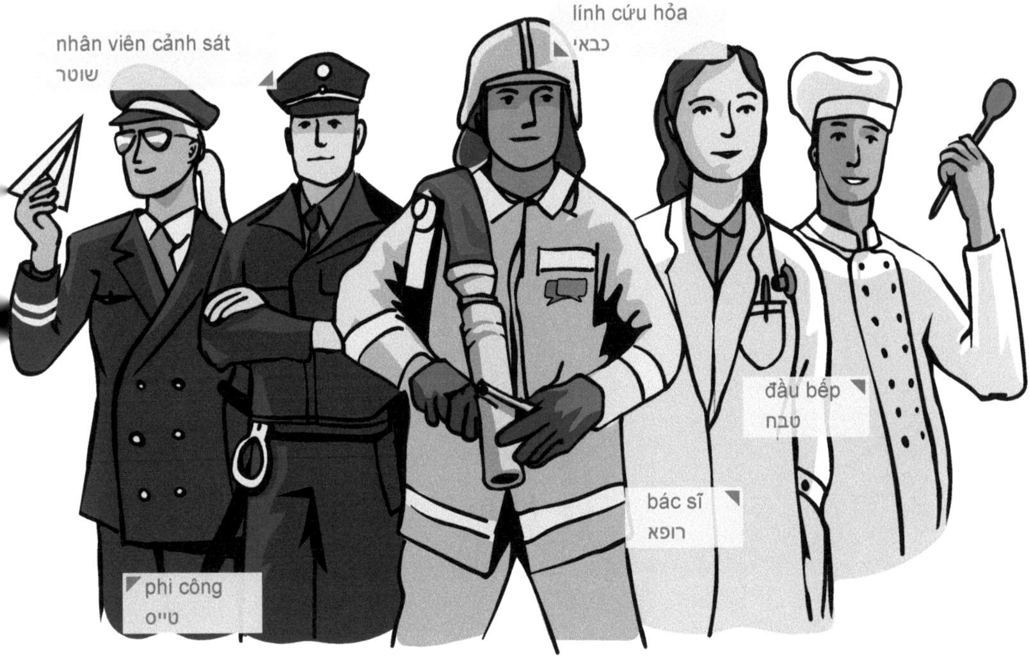

lính cứu hỏa
כבאי
nhân viên cảnh sát
שוטר
đầu bếp
טבח
bác sĩ
רופא
phi công
טייס

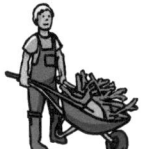

người làm vườn

גנן

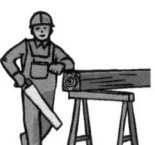

thợ mộc

נגר

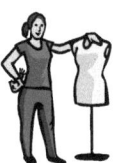

thợ may

תופרת

chánh án

שופט

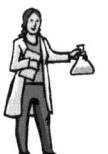

nhà hóa học

כימאי

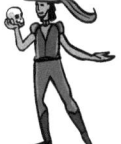

diễn viên

שחקן

tài xế xe buýt

נהג אוטובוס

người lái taxi

נהג מונית

ngư dân

דייג

người lau dọn vệ sinh

עובדת נקיון

thợ lợp mái nhà

מתקן גגות

bồi bàn

מלצר

thợ săn

צייד

họa sĩ

צייר

thợ làm bánh

אופה

thợ điện

חשמלאי

thợ xây dựng

עובד בניין

kỹ sư

מהנדס

người hàng thịt

קצב

thợ sửa ống nước

אינסטלטור

người đưa thư

דוור

người lính

חייל

kiến trúc sư

אדריכל

nhân viên thu ngân

קופאי

người bán hoa

מוכר פרחים

thợ cắt tóc

ספר

nhân viên soát vé

כרטיסן

thợ cơ khí

מכונאי

thuyền trưởng

קברניט

nha sĩ

רופא שיניים

nhà khoa học

מדען

giáo sĩ Do thái

רב

lãnh tụ Hồi giáo

אימאם

nhà sư

נזיר

mục sư

כומר

dụng cụ
כלי עבודה

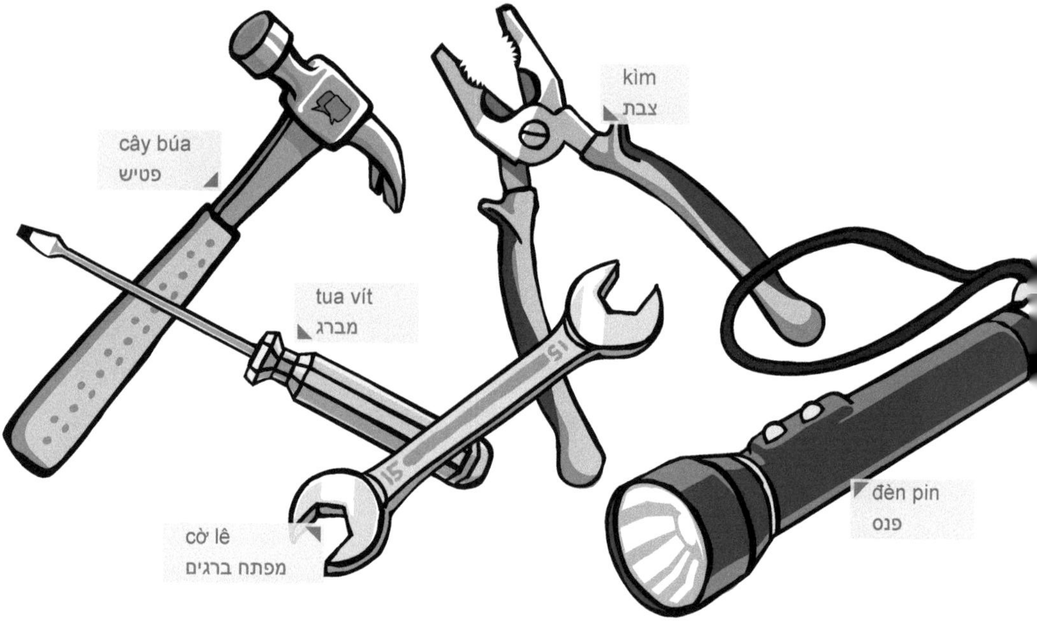
cây búa
פטיש
kìm
צבת
tua vít
מברג
cờ lê
מפתח ברגים
đèn pin
פנס

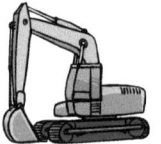

máy xúc đất
דחפור

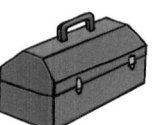

hộp dụng cụ
ארגז כלים

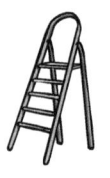

cái thang
סולם

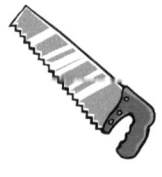

cưa
מסור

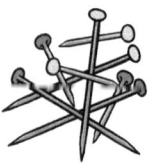

đinh
מסמרים

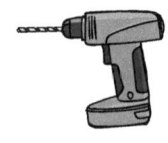

máy khoan
מקדחה

sửa chữa

תיקון

cái xẻng

את חפירה

khốn nạn!

לעזאזל!

cái hót rác

יעה

thùng sơn

פח צבע

vít

ברגים

nhạc cụ

כלי נגינה

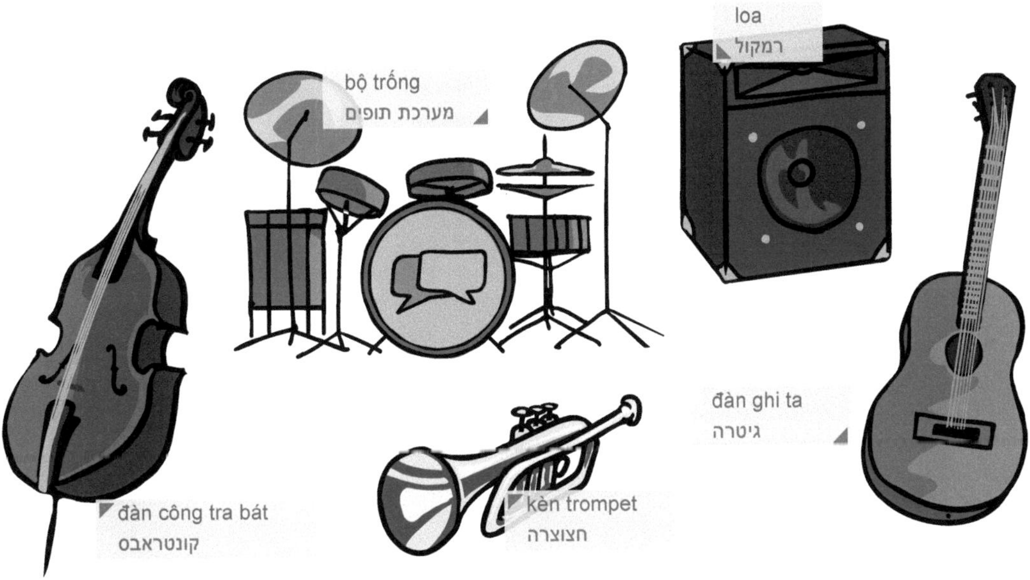

bộ trống
מערכת תופים

loa
רמקול

đàn ghi ta
גיטרה

đàn công tra bát
קונטראבס

kèn trompet
חצוצרה

đàn piano

פסנתר

đàn vĩ cầm

כינור

ghi ta bass

בס

trống định âm

תוף הדוד

trống

תופים

đàn organ

מקלדת פסנתר

kèn Saxophone

סקסופון

sáo

חליל

micro

מיקרופון

vườn bách thú

גן חיות

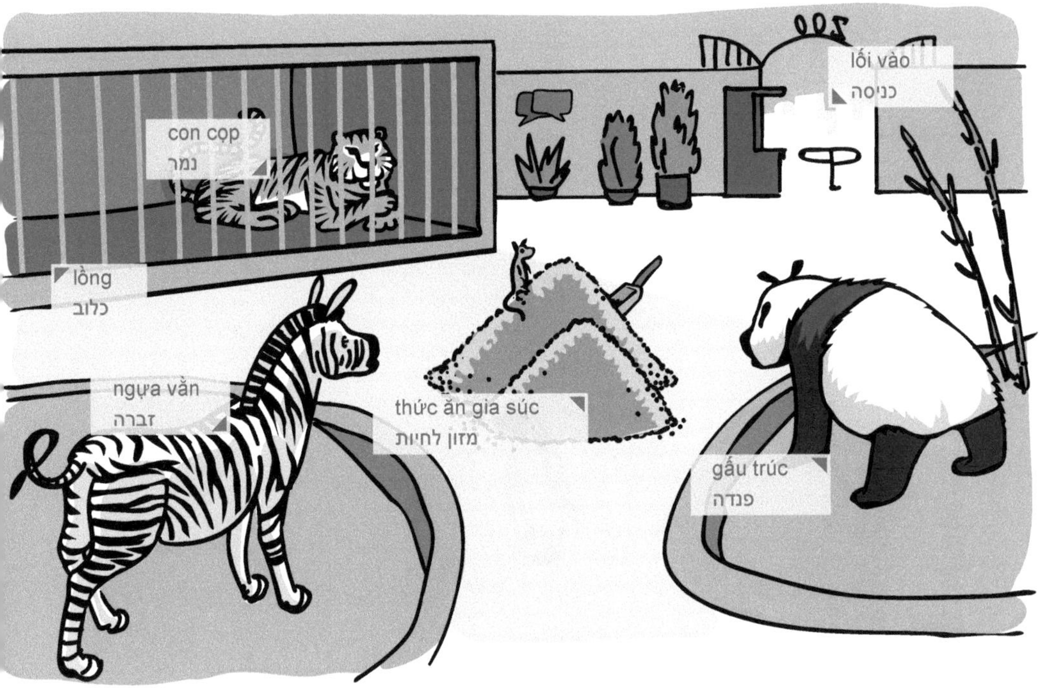

zoo
lối vào
כניסה
con cọp
נמר
lồng
כלוב
ngựa vằn
זברה
thức ăn gia súc
מזון לחיות
gấu trúc
פנדה

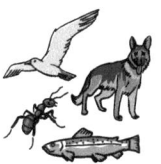

động vật

בעלי חיים

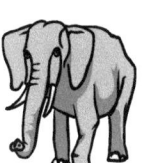

con voi

פיל

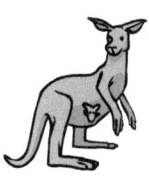

chuột túi

קנגרו

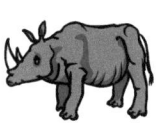

tê giác

קרנף

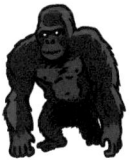

khỉ đột

גורילה

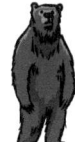

con gấu

דוב

lạc đà

גמל

đà điểu

יען

sư tử

אריה

con khỉ

קוף

hồng hạc

פלמינגו

con vẹt

תוכי

gấu bắc cực

דוב הקרח

chim cánh cụt

פינגווין

cá mập

כריש

con công

טווס

con rắn

נחש

cá sấu

תנין

người trông giữ vườn bách
thú
שומר גן החיות

hải cẩu

כלב ים

báo đốm

יגואר

ngựa lùn

סוס פוני

con báo

לאופרד

hà mã

היפופוטאם

hươu cao cổ

ג'ירפה

đại bàng

נשר

heo rừng

חזיר בר

cá

דג

con rùa

צב

hải mã

סוס ים

con cáo

שועל

linh dương

איילה

bóng bầu dục Mỹ
פוטבול אמריקאי

đua xe đạp
רכיבת אופניים

quần vợt
טניס

bóng rổ
כדורסל

bơi
שחיה

đấm bốc
אגרוף

khúc côn cầu trên băng
הוקי

bóng đá
כדורגל

cầu lông
בדמינטון

điền kinh
אתלטיקה

bóng ném
כדור-יד

trượt tuyết
עשה סקי

polo
פולו

cười
צחק

nhảy
קפץ

ôm
חיבק

đi bộ
הלך

ca hát
שר

mơ
חלם

cầu nguyện
התפלל

hôn
נשק

viết
כתב

vẽ
צייר

chỉ trỏ
הראה

đẩy
דחף

cho
נתן

lấy đi
לקח

có

יש / להיות הבעלים

làm

עשה

thì / là

היה

đứng

עמד

chạy

רץ

kéo

משך

ném

זרק

rơi

נפל

nằm

שכב

chờ đợi

חיכה

mang vác

סחב

ngồi

ישב

mặc quần áo

התלבש

ngủ

ישן

thức dậy

התעורר

xem

הסתכל ב-

khóc

בכה

vuốt ve

ליטף

chải

סירק

nói chuyện

דיבר

hiểu

הבין

câu hỏi

שאל

nghe

שמע

uống

שתה

ăn

אכל

dọn dẹp

סידר

yêu

אהב

nấu nướng

בישל

lái xe

נהג

bay

עף

các hoạt động - פעילויות   65

đi thuyền buồm

שט

tính toán

חישב

đọc

קרא

học

למד

làm việc

עבד

cưới

התחתן

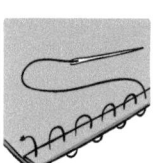

khâu vá

תפר

đánh răng

ציחצח שיניים

giết

הרג

hút thuốc

עישן

gửi đi

שלח

gia đình

משפחה

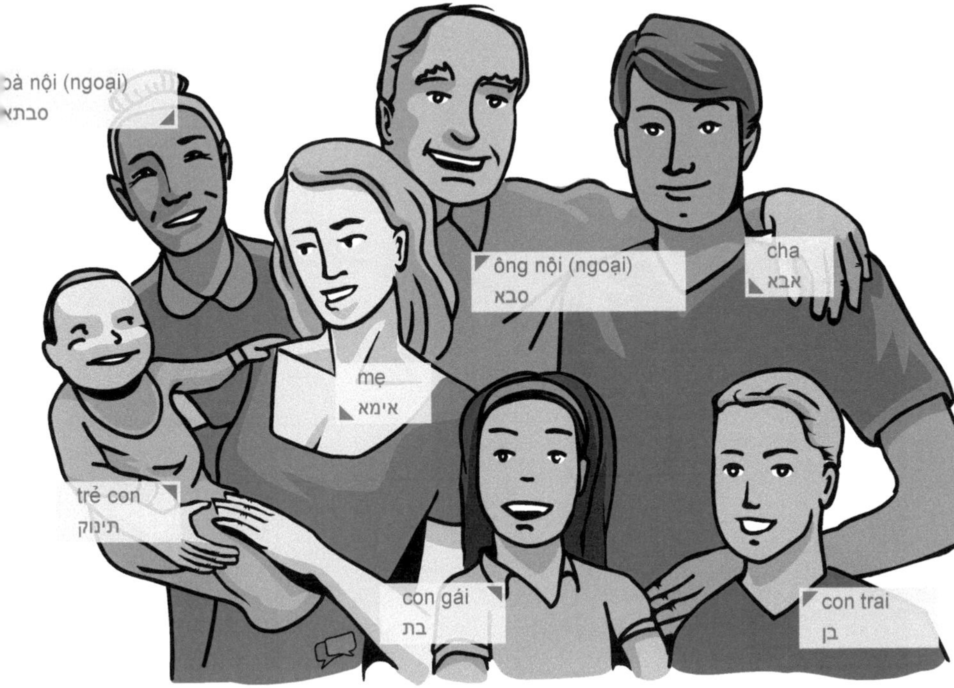

bà nội (ngoại)
סבתא
ông nội (ngoại)
סבא
cha
אבא
mẹ
אימא
trẻ con
תינוק
con gái
בת
con trai
בן

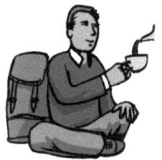

khách
....
אורח

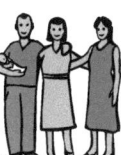

cô (dì)
....
דודה

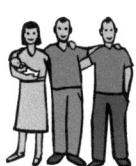

chú, bác (cậu)
....
דוד

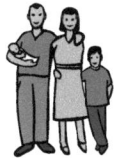

anh (em) trai
....
אח

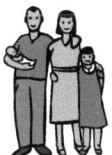

chị (em) gái
....
אחות

cơ thể

גוף

trán
מצח
mắt
עין
vai
כתף
ngón tay
אצבע
mặt
פנים
cằm
סנטר
bàn tay
כף יד
chân
רגל
ngực
חזה
cánh tay
זרוע

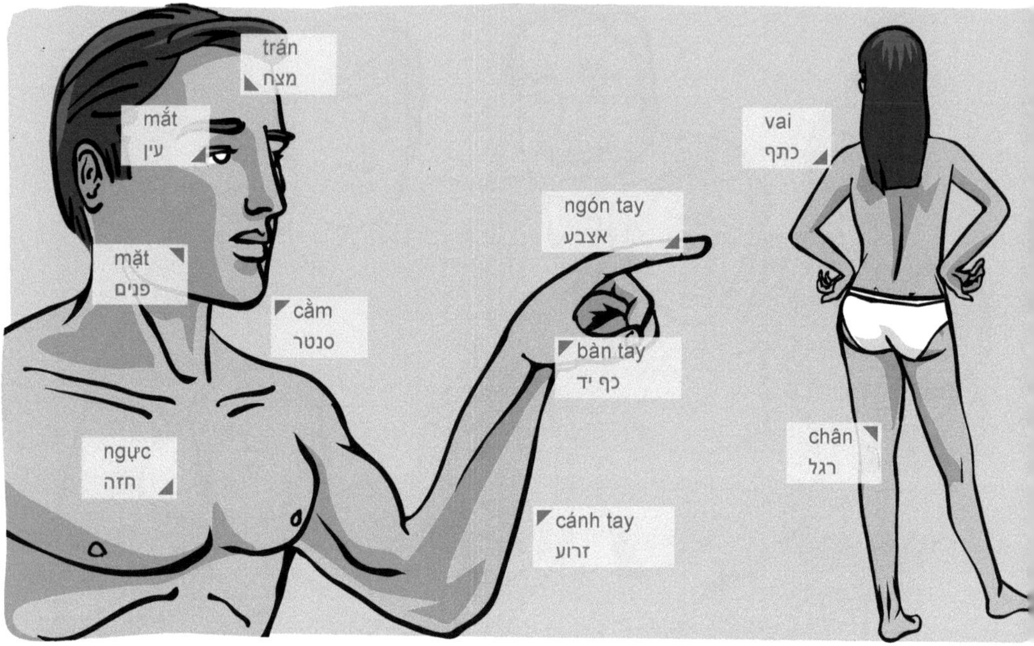

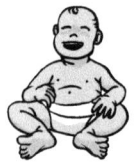

trẻ con

תינוק

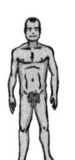

đàn ông

איש

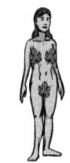

phụ nữ

אישה

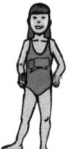

bé gái

ילדה

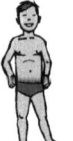

bé trai

ילד

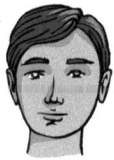

đầu

ראש

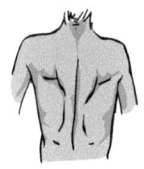

lưng

גב

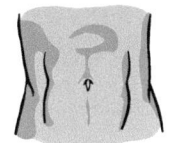

bụng

בטן

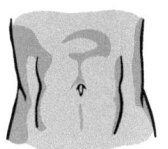

rốn

טבור

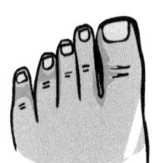

ngón chân

אצבע

gót chân

עקב

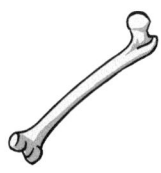

xương

עצם

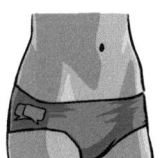

hông

ירך

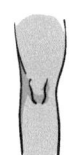

đầu gối

ברך

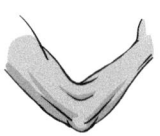

khuỷu tay

מרפק

mũi

אף

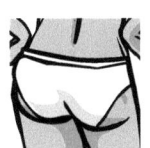

mông

עכוז

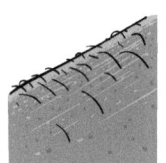

da

עור

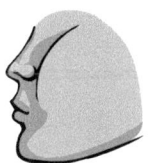

má

לחי

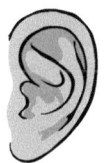

tai

אוזן

môi

שפתיים

miệng

פה

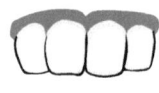

răng

שן

lưỡi

לשון

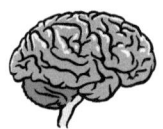

não

מוח

tim

לב

cơ bắp

שריר

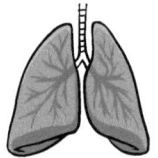

phổi

ריאה

gan

כבד

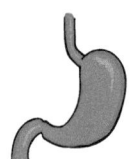

dạ dày

קיבה

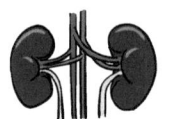

thận

כליות

giao hợp

מין

bao cao su

קונדום

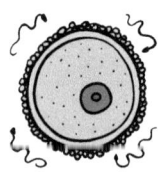

noãn

ביצית

tinh dịch

זרע

mang thai

הריון

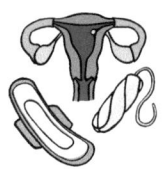

kinh nguyệt

וסת

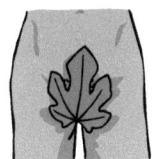

âm vật

נרתיק

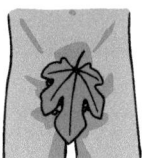

dương vật

פין

lông mày

גבה

tóc

שיער

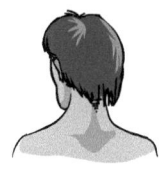

cổ

צוואר

bệnh viện

בית חולים

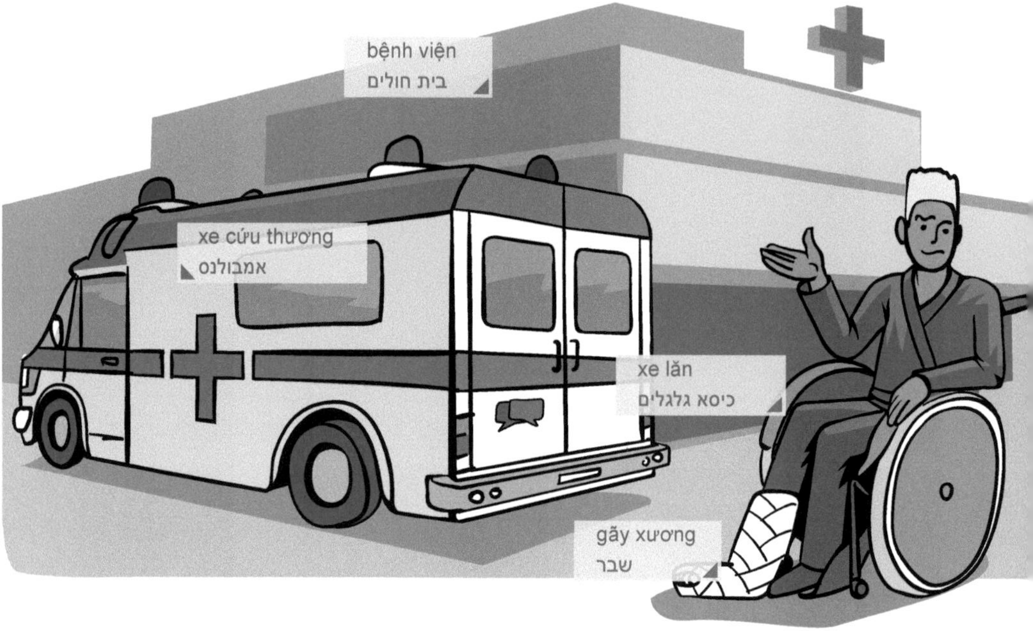

bệnh viện
בית חולים
xe cứu thương
אמבולנס
xe lăn
כיסא גלגלים
gãy xương
שבר

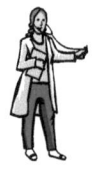

bác sĩ

רופא

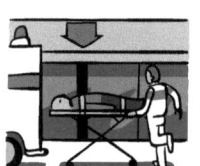

phòng cấp cứu

חדר מיון

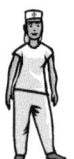

y tá

אחות

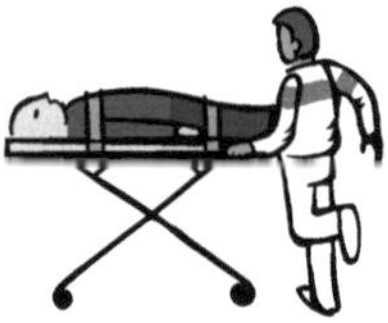

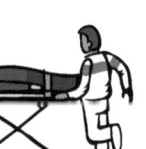

cấp cứu

חירום

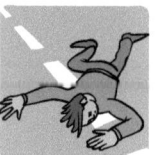

bất tỉnh

חסר הכרה

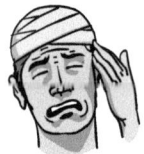

cơn đau

כאב

bị thương

פציעה

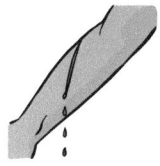

chảy máu

דימום

nhồi máu cơ tim

התקף לב

đột quỵ

שבץ

dị ứng

אלרגיה

ho

שיעול

sốt

חום

cúm

שפעת

tiêu chảy

שלשול

đau đầu

כאב ראש

ung thư

סרטן

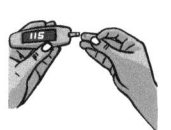

bệnh tiểu đường

סוכרת

bác sĩ phẫu thuật

מנתח

dao mổ

אזמל

giải phẫu

ניתוח

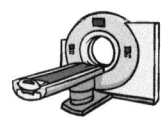

chụp cắt lớp

סי-טי

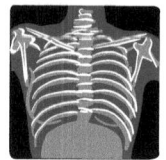

chụp x-quang

רנטגן

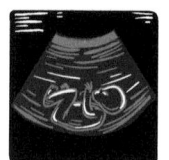

siêu âm

אולטרסאונד

mặt nạ

מסיכת פנים

bệnh

מחלה

phòng đợi

חדר המתנה

cái nạng

קבה

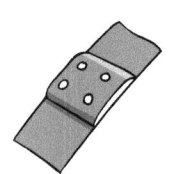

băng dán vết thương

פלסטר

băng bó

תחבושת

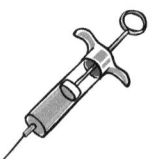

tiêm thuốc

זריקה

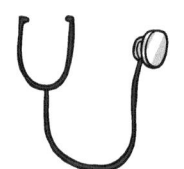

ống nghe khám bệnh

סטטוסקופ

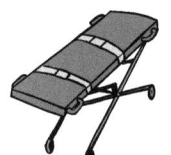

băng ca

אלונקה

nhiệt kế

מד חום

sinh đẻ

לידה

thừa cân

עודף משקל

máy trợ thính

מכשיר שמיעה

chất khử trùng

מחטא

nhiễm trùng

זיהום

vi rút

נגיף

HIV / AIDS

איידס

thuốc

תרופה

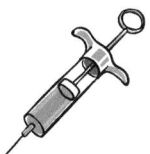

tiêm chủng

חיסון

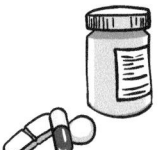

thuốc viên

טבליות

viên thuốc

גלולה

gọi cấp cứu

קריאת חירום

máy đo huyết áp

מד לחץ דם

bệnh / khỏe mạnh

חולה / בריא

cứu!

הצילו!

báo động

אזעקה

cuộc đột kích

פשיטה

sự tấn công

תקיפה

mối nguy hiểm

סכנה

lối thoát hiểm

יציאת חירום

cháy!

אש!

bình chữa cháy

מטף כיבוי

tai nạn

תאונה

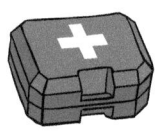

bộ dụng cụ sơ cứu

ערכת עזרה ראשונה

SOS

הצילו!

cảnh sát

משטרה

châu Âu

אירופה

Bắc Mỹ

צפון אמריקה

Nam Mỹ

דרום אמריקה

châu Phi

אפריקה

châu Á

אסיה

châu Úc

אוסטרליה

Đại Tây Dương

האוקיינוס האטלנטי

Thái Bình Dương

האוקיינוס השקט

Ấn Độ Dương

האוקיינוס ההודי

Nam Cực Dương

האוקיינוס האנטרקטי

Bắc Băng Dương

האוקיינוס הארקטי

bắc cực

הקוטב הצפוני

nam cực

הקוטב הדרומי

nam cực

אנטארקטיקה

trái đất

כדור הארץ

đất liền

אדמה

biển

ים

đảo

אי

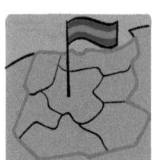

quốc gia

לאום

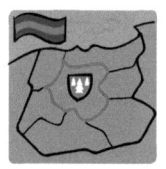

nhà nước

מדינה

mặt đồng hồ

פני השעון

kim chỉ giờ

מחוג השעות

kim chỉ phút

מחוג הדקות

kim chỉ giây

מחוג השניות

Bây giờ là mấy giờ?

מה השעה?

ngày

יום

thời gian

זמן

bây giờ

עכשיו

đồng hồ điện tử

שעון דיגיטלי

phút

דקה

giờ

שעה

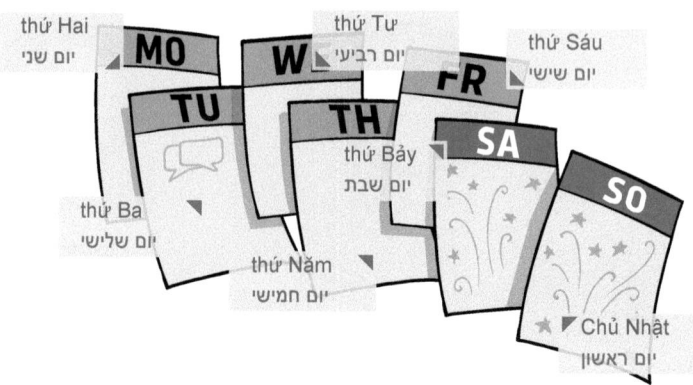

thứ Hai
יום שני

thứ Tư
יום רביעי

thứ Sáu
יום שישי

thứ Ba
יום שלישי

thứ Bảy
יום שבת

thứ Năm
יום חמישי

Chủ Nhật
יום ראשון

hôm qua
אתמול

hôm nay
היום

ngày mai
מחר

buổi sáng
בוקר

buổi trưa
צהריים

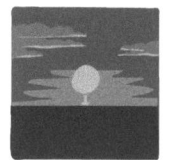

buổi tối
ערב

MO	TU	WE	TH	FR	SA	SU
1	2	3	4	5	6	7
8	9	10	11	12	13	14
15	16	17	18	19	20	21
22	23	24	25	26	27	28
29	30	31	1	2	3	4

ngày làm việc
ימי עבודה

MO	TU	WE	TH	FR	SA	SU
1	2	3	4	5	6	7
8	9	10	11	12	13	14
15	16	17	18	19	20	21
22	23	24	25	26	27	28
29	30	31	1	2	3	4

cuối tuần
סוף שבוע

năm

שנה

cầu vồng
קשת בענן
mưa
גשם
tuyết
שלג
gió
רוח
mùa xuân
אביב
mùa thu
סתיו
mùa hè
קיץ
mùa đông
חורף

4.APRIL 11°
5.APRIL 4°
6.APRIL 13°
7.APRIL 8°
8.APRIL 10°

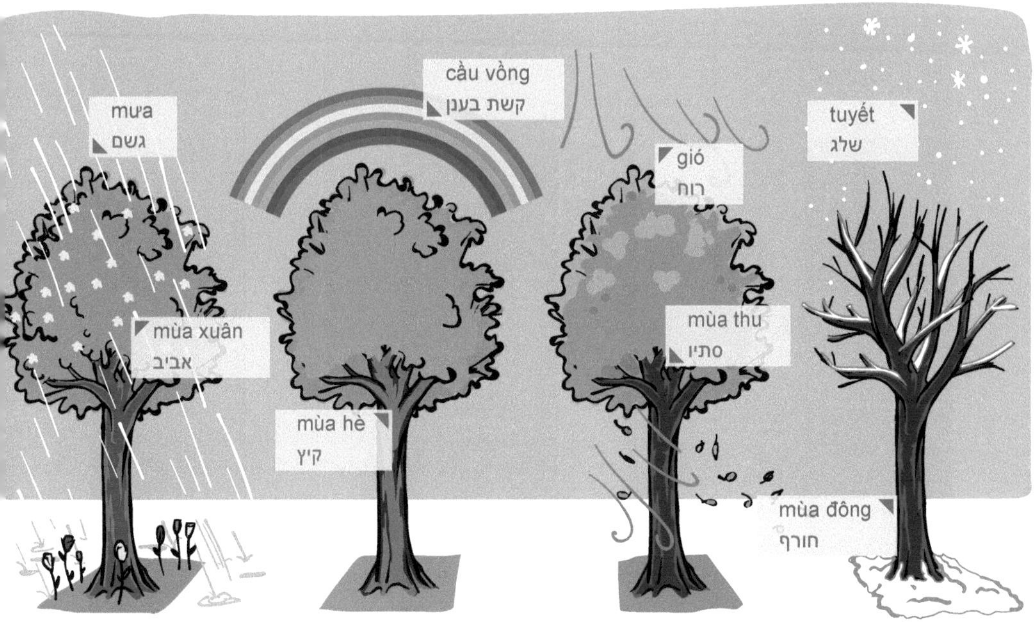

dự báo thời tiết

תחזית מזג האוויר

F
C
120
90
60
30
0
-30
40
30
20
10
0
-10
-20

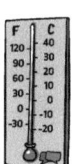

nhiệt kế

מד חום

ánh nắng

אור שמש

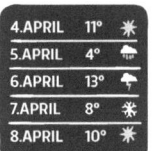

mây

ענן

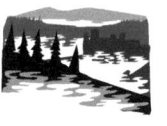

sương mù

ערפל

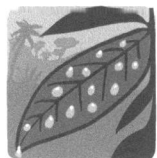

độ ẩm không khí

לחות

tia chớp

ברק

sấm sét

רעם

cơn bão

סערה

mưa đá

ברד

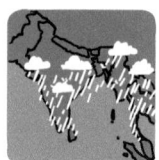

gió mùa

רוח עונתי

lũ lụt

שיטפון

nước đá

קרח

tháng Một

ינואר

tháng Hai

פברואר

tháng Ba

מרץ

tháng Tư

אפריל

tháng Năm

מאי

tháng Sáu

יוני

tháng Bảy

יולי

tháng Tám

אוגוסט

tháng Chín

ספטמבר

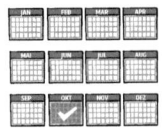

tháng Mười

אוקטובר

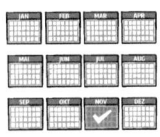

tháng Mười Một

נובמבר

tháng Mười Hai

דצמבר

hình dạng

צורות

hình tròn

עיגול

hình vuông

מרובע

hình chữ nhật

מלבן

hình tam giác

משולש

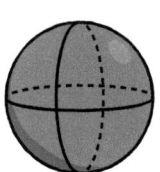

hình cầu

כדור

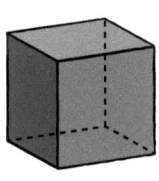

khối vuông

קובייה

màu trắng

לבן

màu vàng

צהוב

màu cam

כתום

màu hồng

ורוד

màu đỏ

אדום

màu tím

סגול

màu xanh dương

כחול

màu xanh lá cây

ירוק

màu nâu

חום

màu xám

אפור

màu đen

שחור

nhiều / ít

הרבה / מעט

tức tối / điềm tĩnh

כועס / רגוע

xinh đẹp / xấu xí

יפה / מכוער

bắt đầu / kết thúc

התחלה / סוף

to / nhỏ

גדול / קטן

sáng / tối

בהיר / כהה

anh (em) trai / chị (em) gái

אח / אחות

sạch / bẩn

נקי / מלוכלך

đủ / thiếu

שלם / חלקי

ngày / đêm

יום / לילה

chết / sống

מת / חי

rộng / chật hẹp

רחב / צר

ăn được / không ăn được

אכיל / לא אכיל

ác / tử tế

רשע / טוב לב

hào hứng / chán nản

מתרגש / משועמם

béo / gầy

שמן / רזה

đầu tiên / cuối cùng

ראשון / אחרון

bạn / thù

חבר / אויב

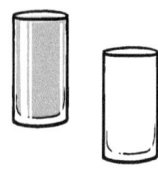

đầy / rỗng

מלא / ריק

cứng / mềm

קשה / רך

nặng / nhẹ

כבד / קל

đói / khát

רעב / צמא

bệnh / khỏe mạnh

חולה / בריא

bất hợp pháp / hợp pháp

בלתי-חוקי / חוקי

thông minh / ngu

נבון / טיפש

trái / phải

שמאל / ימין

gần / xa

קרוב / רחוק

đối lập - הפכים

mới / cũ

חדש / משומש

không có gì cả / có cái gì đó

כלום / משהו

già / trẻ

זקן / צעיר

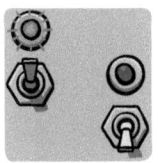

bật / tắc

פעיל / כבוי

mở / đóng

פתוח / סגור

im lặng / ồn ào

שקט / רועש

giàu / nghèo

עשיר / עני

đúng / sai

נכון / שגוי

sần sùi / mịn màng

מחוספס / חלק

buồn / vui

עצוב / שמח

ngắn / dài

קצר / ארוך

chậm / nhanh

איטי / מהיר

ẩm ướt / khô ráo

רטוב / יבש

ấm áp / mát mẻ

חם / קר

chiến tranh / hòa bình

מלחמה / שלום

0

só không

אפס

1

một

אחת

2

hai

שתיים

3

ba

שלוש

4

bốn

ארבע

5

năm

חמש

6

sáu

שש

7

bảy

שבע

8

tám

שמונה

9

chín

תשע

10

mười

עשר

11

mười một

אחת-עשרה

12

mười hai
שתים-עשרה

13

mười ba
שלוש-עשרה

14

mười bốn
ארבע-עשרה

15

mười lăm
חמש-עשרה

16

mười sáu
שש-עשרה

17

mười bảy
שבע-עשרה

18

mười tám
שמונה-עשרה

19

mười chín
תשע-עשרה

20

hai mươi
עשרים

100

một trăm
מאה

1.000

một ngàn
אלף

1.000.000

một triệu
מיליון

tiếng Anh

אנגלית

tiếng Anh Mỹ

אנגלית אמריקאית

tiếng Quan Thoại

סינית מנדרינית

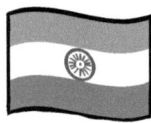

tiếng Hin-di

הודית

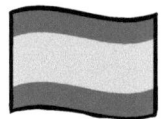

tiếng Tây Ban Nha

ספרדית

tiếng Pháp

צרפתית

tiếng Ả-rập

ערבית

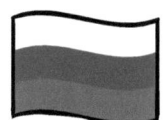

tiếng Nga

רוסית

tiếng Bồ Đào Nha

פורטוגזית

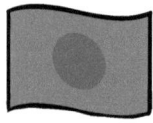

tiếng Bengal

בנגלית

tiếng Đức

גרמנית

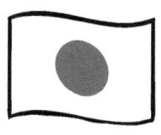

tiếng Nhật

יפנית

tôi

אני

bạn

אתה / את

anh ta / cô ta / nó

הוא / היא / זה

chúng tôi

אנחנו

các bạn

אתם

họ

הם

ai?

מי?

cái gì?

מה?

như thế nào?

איך?

ở đâu?

איפה?

lúc nào?

מתי?

tên

שם

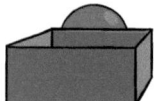

phía sau

מאחור

ở trong

בתוך

phía trước

לפני

phía trên

מעל

ở trên

על

ở dưới

מתחת

bên cạnh

ליד

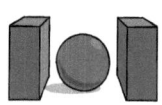

ở giữa

בין

chỗ

מקום